Nguo Zangu za Shule

Imeandikwa na Clare Verbeek,
Thembani Dladla na Zanele Buthelezi

Imechorwa na Mlungisi Dlamini na
Ingrid Schechter

Library For All Ltd.

Library For All ni Shirika lisilo la Kiserikali la Australia lenye lengo la kufanya maarifa yafikiwe na watu wote kupitia suluhisho bunifu la maktaba ya mtandao/kidijitali. Tutembelee kwenye libraryforall.org

Nguo Zangu za Shule

Toleo hili lilichapishwa 2022

Imechapishwa na Library For All Ltd
Barua pepe: info@libraryforall.org
URL: libraryforall.org

Library For All inatoa shukrani na inathamini michango ya wote waliofanikisha matoleo ya awali ya kitabu hiki.

www.africanstorybook.org

Michoro asilia imechorwa na Mlungisi Dlamini na Ingrid Schechter

Nguo Zangu za Shule
Verbeek, Clare; Dladla, Thembani na Buthelezi, Zanele
ISBN: 978-1-922876-46-1
SKU02824

Nguo Zangu za Shule

Gauni hili ni refu.

Sweta hii
ni kubwa.

Mkoba huu
ni mkubwa.

Mkanda huu ni...

Kofia hii
ni ndogo.

Soksi hizi ni fupi.

Lakini viatu
hivi ni vipya.

...vinanitosha
vizuri.

Unaweza kutumia maswali haya kuzungumza kuhusu kitabu hiki na familia yako, marafiki na walimu.

Umejifunza nini kutoka kwenye kitabu hiki?

Elezea kitabu hiki kwa neno moja. Kinachekesha? Kinatisha? Kina rangi nzuri? Kinavutia?

Je, kitabu hiki kilikufanya ujisikie vipi ulipomaliza kukisoma?

Ni sehemu gani uliipenda zaidi kwenye kitabu hiki?

Pakua programu yetu ya msomaji
getlibraryforall.org

Kuhusu wachangiaji

Library For All hufanya kazi na waandishi na wachoraji kutoka duniani kote ili kutengeneza hadithi mbalimbali, zinazofaa na za ubora wa juu kwa wasomaji wachanga.

Tembelea libraryforall.org
upate habari mpya kuhusu matukio ya waandishi na semina, vigezo vya uwasilishaji wa hadithi na fursa nyingine zenye ubunifu.

Je, ulifurahia kitabu hiki?

Tuna mamia ya hadithi za asili zilizoratibiwa kwa ustadi zaidi unazoweza kuchagua.

Tunafanya kazi kwa ushirikiano na waandishi, waelimishaji, washauri wa kitamaduni, serikali na mashirika yasiyo ya kiserikali ili kuleta furaha ya kusoma kwa watoto kila mahali.

Ulijua?

Tunaleta mchango mkubwa kimataifa katika nyanja hizi kwa kukumbatia Malengo ya Maendeleo Endelevu ya Umoja wa Mataifa.

librabyforall.org

www.ingramcontent.com/pod-product-compliance
Lightning Source LLC
Chambersburg PA
CBHW040323050426
42452CB00030B/2942